Belongs to:

Tel:

E-Mail:

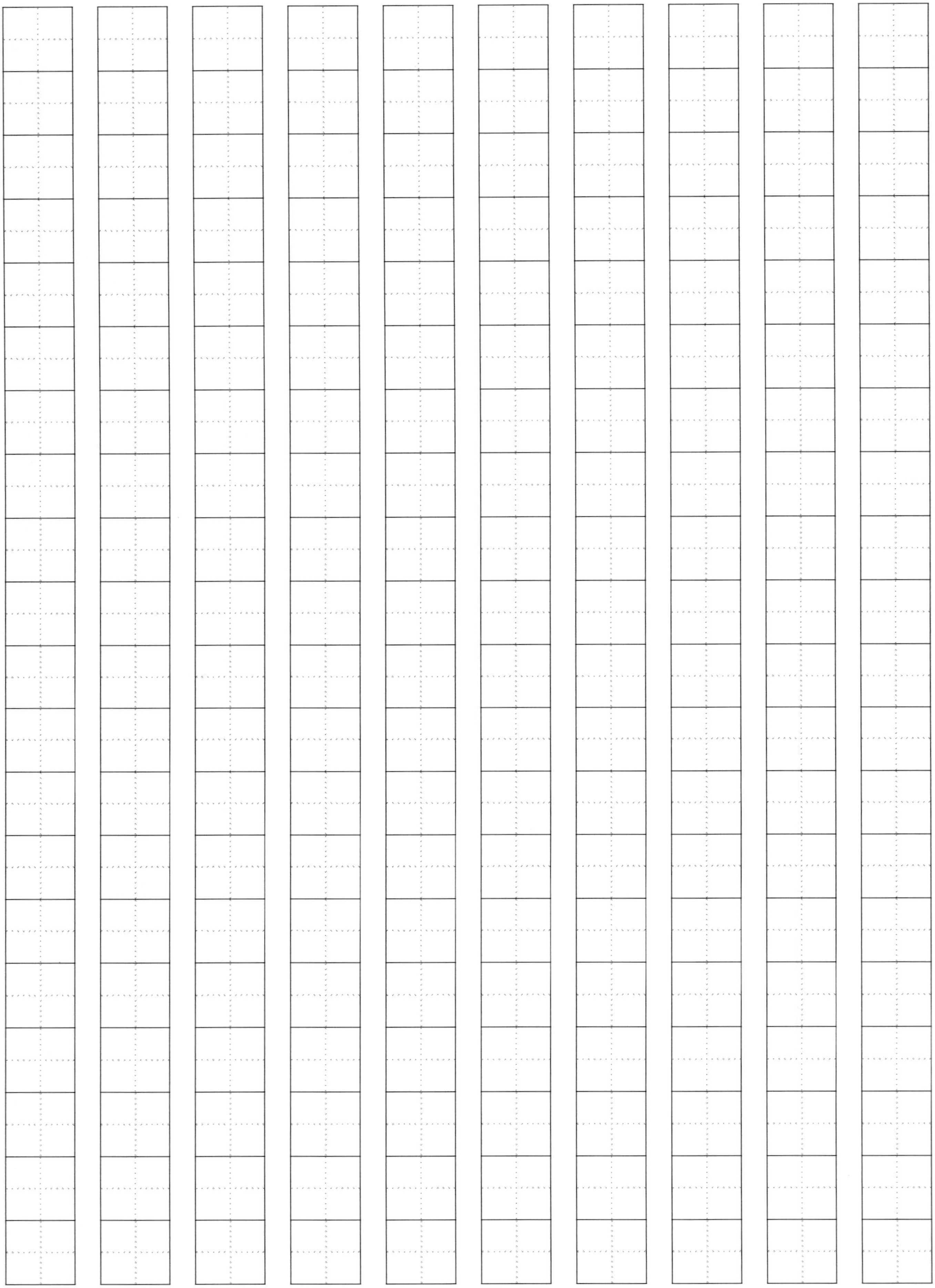

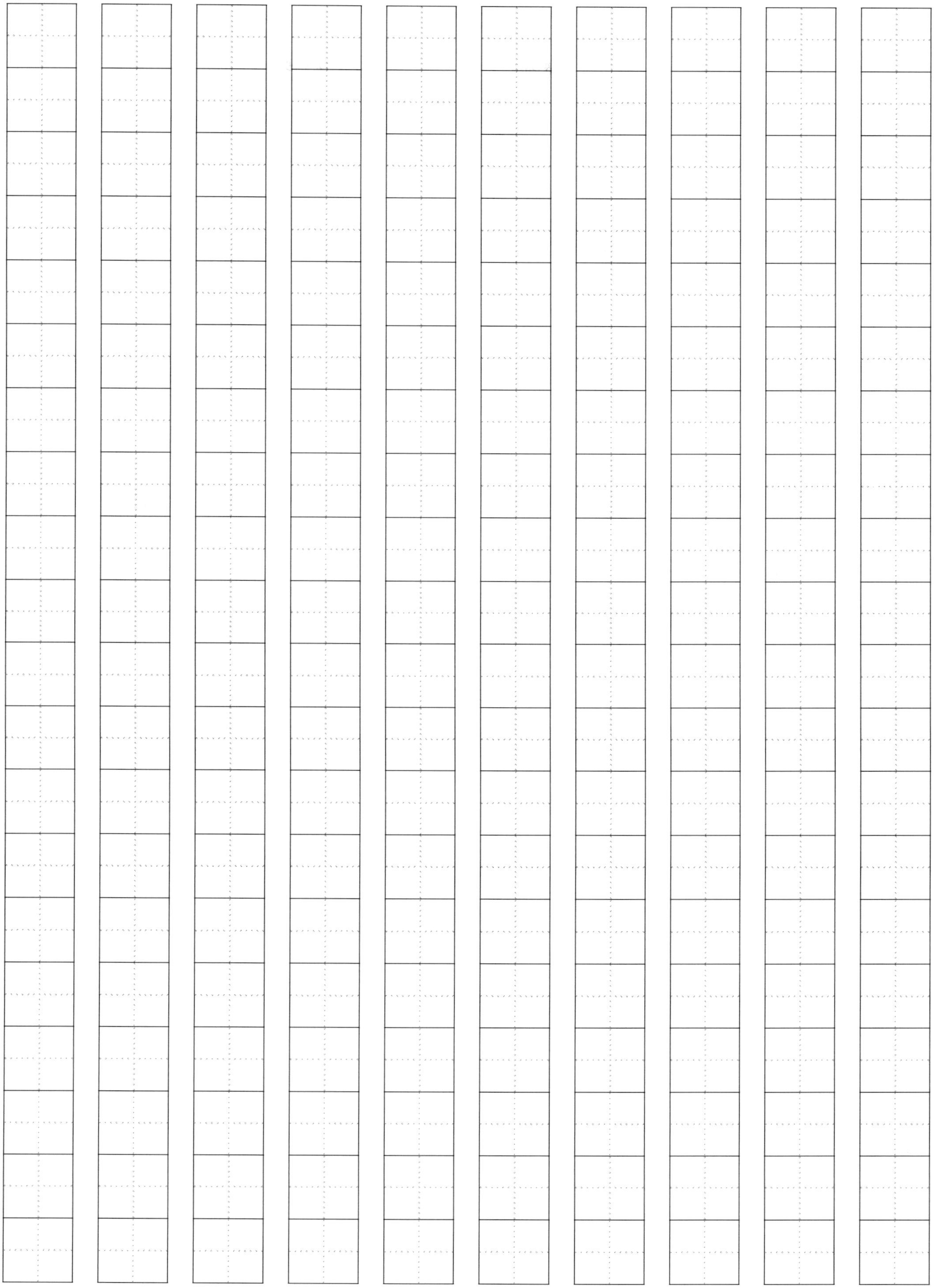

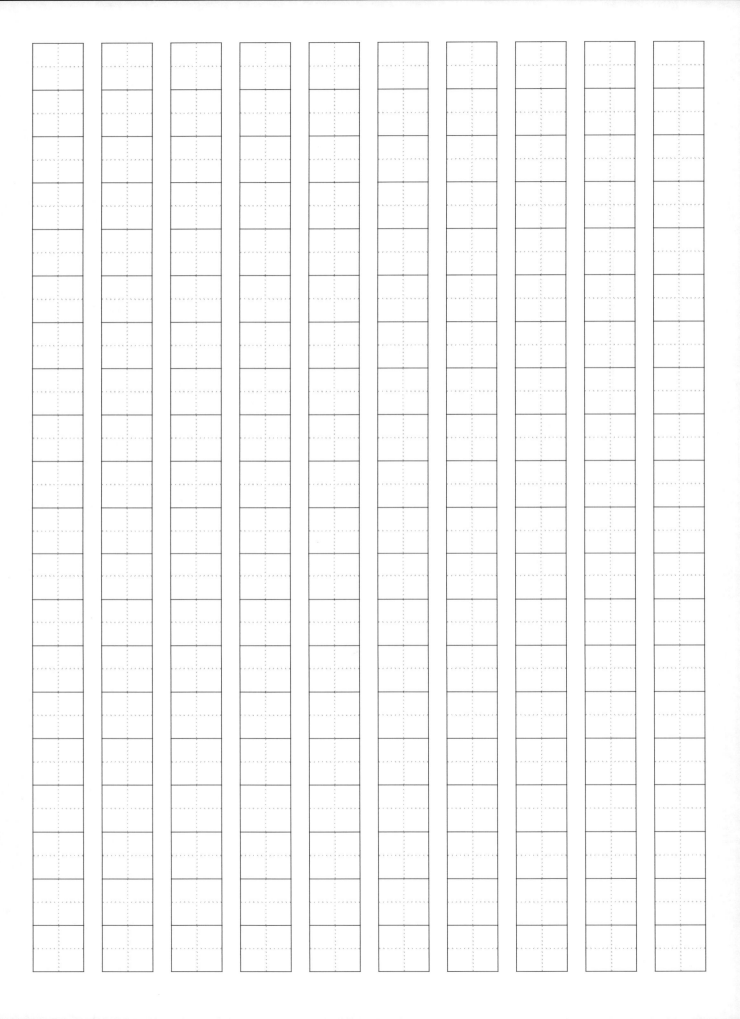

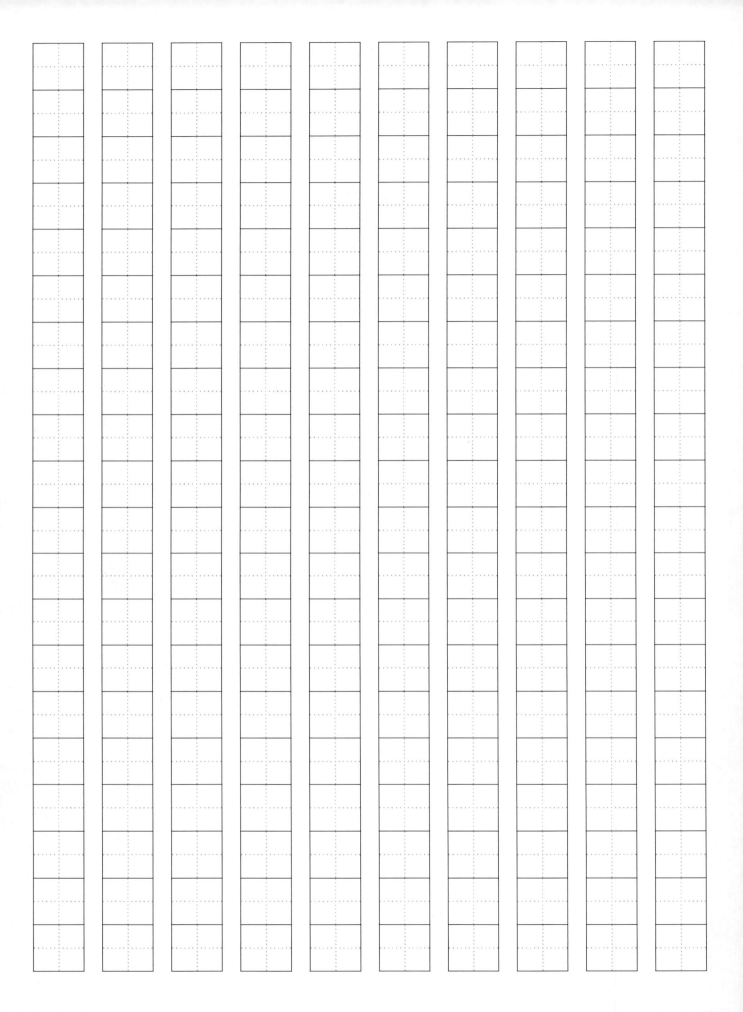

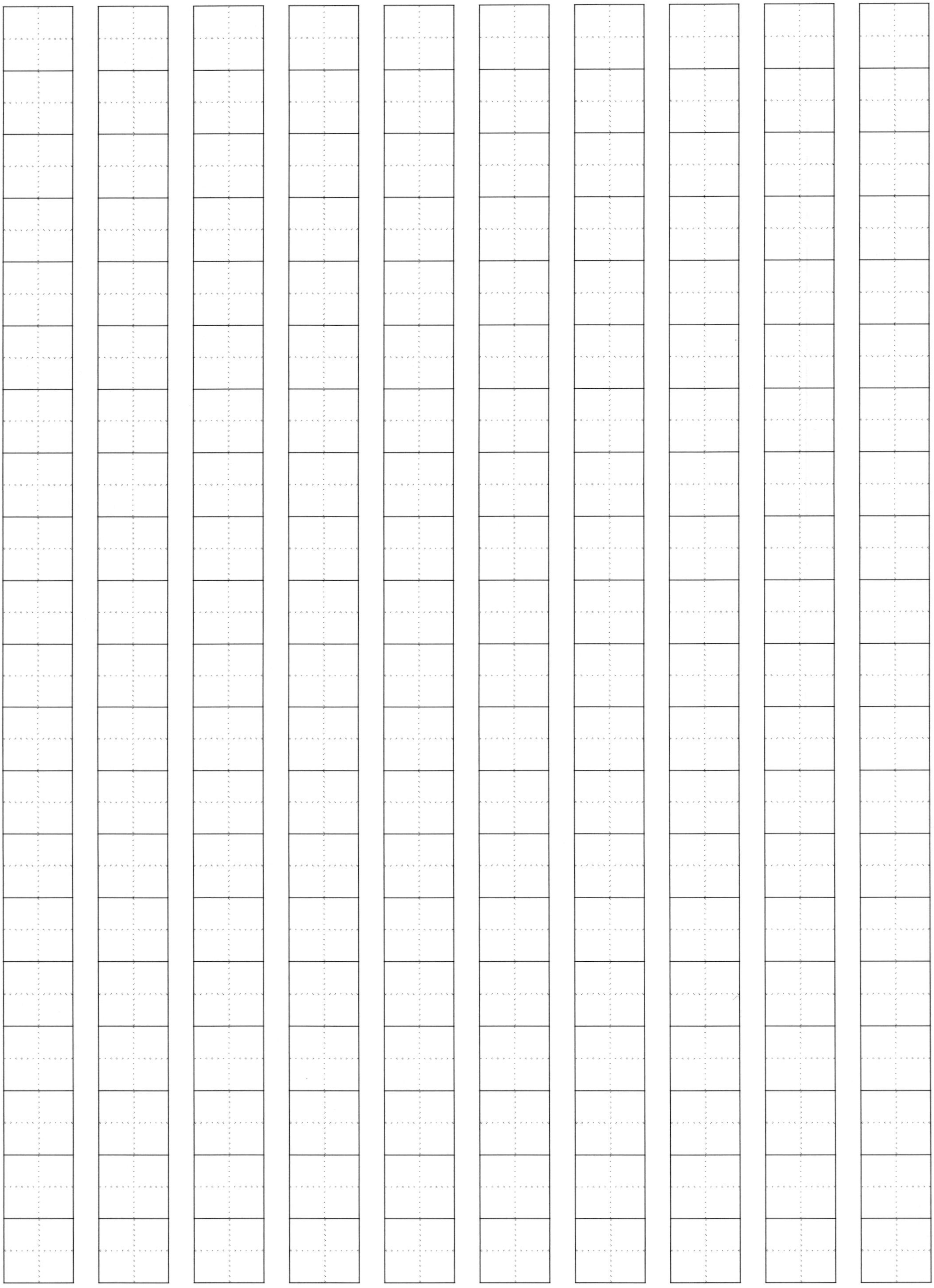